# வீட்டுக்குள் எதிரி

சிறார் நாவல்

துரை ஆனந்த் குமார்

**Veetukul Edhiri (in Tamil)**
**Durai Anand Kumar**
Illustration: Pillai
*First Published: July, 2024*
**BOOKS FOR CHILDREN**
*imprint of Bharathi Puthakalayam*
7, Elango Salai, Teynampet, Chennai - 600 018.
Email: bharathiputhakalayam@gmail.com | www.thamizhbooks.com

## வீட்டுக்குள் எதிரி

துரை ஆனந்த் குமார்

ஓவியம்: பிள்ளை

முதல் பதிப்பு: ஜூலை, 2024

வெளியீடு:

புக்ஸ் ஃபார் சில்ரன் | பாரதி புத்தகாலயத்தின் ஓர் அங்கம்

7, இளங்கோ சாலை, தேனாம்பேட்டை, சென்னை – 600 018.
தொலைபேசி : 044 24332424, 24330024 । விற்பனை: 24332924

விற்பனை உரிமை

## விற்பனை நிலையங்கள்

**அருப்புக்கோட்டை:** கதவுஎண் 49 A/4 மெயின் ரோடு, தெற்கு தெரு - 9994173551
**ஈரோடு:** 39: 39 ஸ்டேட் பாங்க் சாலை - 9245448353
**கரூர்:** நாரத கானசபா அருகில் (TNGEA OFFICE)- 9442706676
**காரைக்குடி :** 12, 2 வது தெரு, கம்பன் மணிமண்டபம் பின்புறம் - 9443406150
**கும்பகோணம்:** 352, ரயில் நிலையம் எதிரில்- 9443995061
**கோவை:** 77, மசக்காளிபாளையம் ரோடு, பீளமேடு - 8903707294
**சிதம்பரம்:** 22A / 18B தேரடி கடைத் தெரு, கீழவீதி அருகில் - 9994399347
**செங்கல்பட்டு:** 1 D ஜி.எஸ்.டி சாலை - 044 27426964
**சேலம்:** 15, வித்யாலயா சாலை
**தஞ்சாவூர்:** காந்திஜி வணிக வளாகம் காந்திஜி சாலை - 9655542400
**திண்டுக்கல்:** பேருந்து நிலையம் - 9942331105, 9976053719
**திருச்சி:** வெண்மணி இல்லம், கரூர் புறவழிச்சாலை - 9994289492
**திருநெல்வேலி:** நவஜீவன் டிரஸ்ட் வளாகம், 48-B/10, அம்பை ரோடு, வீரமாணிக்கபுரம் - 9442149981
**திருப்பூர்:** 447, அவினாசி சாலை - 9486105018 | **திருவண்ணாமலை:** முத்தம்மாள் நகர்
**திருவல்லிக்கேணி:** 48, தேரடி தெரு - 9444428358
**திருவாரூர்:** 35, நேதாஜி சாலை - 9442540543
**நாகர்கோவில்:** 699 கே.பி.ரோடு R.V.புரம் - 9443450111
**நெய்வேலி:** பேருந்து நிலையம் அருகில், - 9443659147
**பழனி:** பேருந்து நிலையம் அருகில் - 7010760693
**புதுச்சேரி :** கிழக்கு கடற்கரைச்சாலை, இலாசுப்பேட்டை, 9486102777
**பெரம்பூர்:** 52, கூக்ஸ் ரோடு - 9444373716
**மதுரை:** 37A, பெரியார் பேருந்து நிலையம் - 045 22324674 & சர்வோதயா மெயின்ரோடு
**வடபழனி:** பேருந்து நிலையம் எதிரில் அடையார் ஆனந்தபவன் மாடியில் - 9444476967
**விருதுநகர்:** 131, கச்சேரி சாலை - 0456 2245300
**வேலூர்:** பேஸ் III, சத்துவாச்சாரி - 9442553893

நினைத்த நூல்கள்... நினைத்த நேரத்தில்...  ▶ BharathiTV | www.bookday.in

ரூ.50/-

அச்சு : பிரிண்டெக், சென்னை - 600 005.

இந்நூல்...

நிரந்தரமாகப் பகைமை பாராட்டத் தெரியாத
சிறார், இளையோர் எல்லோருக்கும்...

# உள்ளடக்கம்

# 1

## 2021

*2021* – ஏப்ரல் 30, இரவு ஏழு மணி.

அந்த வீட்டில் சிறு அலங்கார விளக்குகள் அமைக்கப்பட்டு இருந்தன. அவன் தன் நண்பர்களுடன் ஓடிப்பிடித்து விளையாடிக்கொண்டு இருந்தான். ஒளிந்துகொள்வதற்கு இடம் எதுவும் கிடைக்குமா என்று அவனது கண்கள் தேடின. மூலையில் இருந்த அறையில் மங்கலாக விளக்கு எரிந்து கொண்டிருந்தது.

ஒளிந்துகொள்ள இடம் கிடைத்ததே என்ற மகிழ்வுடன் திடுதிடுவென ஓடி, அந்த அறையின் கதவைத் திறந்தான். அவள் அந்த அறையில் அமர்ந்திருந்தாள். இவனைக் கண்டதும் ஏதோ தப்பு செய்தவளைப்போல திடுக்கிட்டாள்.

"கதவைத் தட்டி, அனுமதி வாங்கிட்டு உள்ளே வரணும் அப்படிங்கிற நாகரிகம் தெரியாதா? திறந்த வீட்டுல ஏதோ ஒண்ணைப்போல உள்ள வந்திட்ட?" என்றாள். அவன் உள்ளே வருவதைத் தடுப்பதுபோல, வேகமாக முன்னே வந்து, மேஜையை மறைத்ததுபோல நின்றுகொண்டாள்.

"ஏன் கோவப்படற? இந்த ரூமில ஒளிஞ்சிக்கலாமுன்னு வந்தே..." என அவன் ஏதோ சொல்ல முயன்றான். அவள் அவனைப் பேச விட்டால்தானே?

"முதல்ல வெளிய போடா!" என்றாள். அவனது கண்களில் அவமானம் தெரிந்தது. தலையைத் தொங்கப்போட்டுக்கொண்டு அங்கிருந்து வெளியேறினான்.

அவன் வெளியேறிய உடனே படாரென்று கதவை அறைந்து சாத்தினாள். இருவர் சேர்ந்து சிரிக்கும் சத்தம்போலக் கேட்டது. அப்படி என்றால் உள்ளே வேறு யாரோ இருந்தார்களா? அதில் என்ன ரகசியம் இருக்க முடியும்? அவனைப் பார்த்து அவர்கள் சிரித்தது ஏன்? அவனுக்கு ஒன்றும் விளங்கவில்லை. அவள் மிகவும் கர்வம் பிடித்தவள் என்பது மட்டும் நன்கு புரிந்தது.

**2**

**2022**

**செ**ன்னை மாநகரின் தாம்பரம் அருகில் இருந்த பள்ளிக்கூடம் அது. எட்டாம் வகுப்பு B பிரிவில் எல்லா மாணவர்களும் ஆர்வத்துடன் பார்த்துக்கொண்டு இருந்தனர். அந்தப் பருவத்தின் தேர்வுகளில், வகுப்பிலேயே முதல் மாணவனாக அவன் தேர்ச்சி பெற்றிருந்தான். "வாழ்த்துகள் தமிழ் இனியன்!", என்று வகுப்பாசிரியர் பாராட்டினார். எல்லோரும் கரவொலி எழுப்பினார்கள். சிறிய புத்தகம் ஒன்றை அவனுக்குப் பரிசாக அளித்தார்.

"நீ எப்படி எப்பவும் வகுப்பிலேயே முதலாவதா வர்ற? படிப்பு விஷயத்துல உங்க அப்பா, அம்மா உன்னை எப்படி சப்போர்ட் செய்யிறாங்க? அந்த ரகசியத்தை எல்லாருக்கும் சொல்லு" என்று ஆசிரியர் அவனை வேடிக்கையுடன் கேட்டுக்கொண்டார்.

இனியன் எழுந்து நின்றான். "எல்லாருடைய வாழ்த்துக்கும் நன்றி! என் படிப்பு சார்ந்து எங்கப்பா, எங்கம்மா ரெண்டு பேருக்கும் வெவ்வேற கருத்துகள் இருக்குங்க சார்!" என்றான்.

"அது என்னப்பா வெவ்வேற கருத்துகள்? " என்றார் ஆசிரியர்.

"முதல் ரேங்க் வாங்குறது, மதிப்பெண்களைக் குவிக்கிறது இதெல்லாம் முக்கியமில்ல அப்படின்னு எங்கப்பா அடிக்கடி சொல்வாரு. ஆனா அம்மா வேற மாதிரி சொல்லுவாங்க! இந்த போட்டி மயமான உலகத்துல, நல்லா படிச்சி, எங்ளோ முடியுமோ அவ்ளோ மதிப்பெண்களை எடுத்தாதான் எதிர்காலம் சிறப்பா இருக்கும்; மதிப்பெண் வேணாம்னு சொல்லுறது எல்லாம் மேடைப்பேச்சுக்கு மட்டும்தான்; நடைமுறைக்கு ஒத்து வராது அப்படின்னு சொல்லுவாங்க சார்!" என்றான்.

"அது சரி...நீ யார் பக்கம்?" என ஆசிரியர் அவனை வம்புக்கு இழுத்தார். வகுப்பில் கலகலப்பான சிரிப்பு நிலவியது.

"நான் நடுவில இருக்கேங்க சார்; புரியாம மனப்பாடம் செய்ய மாட்டேன். ஆனா நல்லா படிக்கணும், மார்க் வாங்கணும்னு நினைக்கிறேன்" என்று அவன் சொன்னதும் எல்லோரும் மீண்டும் கைதட்டினார்கள்.

அன்று மாலையில், உற்சாகத்துடன் வீட்டுக்குள் நுழைந்து, அம்மாவிடம் சென்றான். கையில் பரிசுப்புத்தகத்தை எடுத்துக்கொண்டு, "உங்ககிட்ட ஒண்ணு காட்டப்போறேன்! கண்ணை மூடுங்க!" என்றான்.

"நிச்சயமா! அதுக்கு முன்னால நீ வாயைத் திற!" என்று சொன்ன வனிதா, அவனது வாயில் மைசூர்ப்பாகுத் துண்டை ஊட்டிவிட்டார். அவனுக்கு ஒரே வியப்பாகி விட்டது. அவனது வெற்றியைத் தெரிந்துகொண்டு அவனுக்குப் பிடித்த இனிப்பை வேறு செய்து வைத்திருக்கிறாரே! அம்மா என்றால் அம்மாதான்!

"எப்படிம்மா இதெல்லாம்?" என்றான் வியப்புடன்.

"காலைல சித்தி போன் செஞ்சிருந்தாங்க. குட்டிம்மா ஸ்கூல்லயே முதலாவதா வந்து, தங்க மெடல் வாங்கியிருக்கா அப்படின்னு சொன்னாங்க. அதைக் கொண்டாடத்தான் ஸ்வீட் செஞ்சேன். அது சரி, நீ எதுக்கு என் கண்ணை மூடச் சொன்ன? என்ன விஷயம்?" என்று ஆர்வத்துடன் விசாரித்தார்.

இனியனின் முகம் காற்றுப்போன பலூன்போல உற்சாகம் இழந்துவிட்டது. கையில் இருந்த புத்தகத்தை மறைத்துக்கொண்டு, "ஓ...ஒண்ணுமில்லம்மா!" என்று மெல்லிய குரலில் முணுமுணுத்தான். அவனுக்கு மிகவும் பிடித்த மைசூர்ப்பாகு முதன்முறையாகக் கசந்ததுபோல இருந்தது.

# 3

## 2023

"இனியா, கிளம்பிட்டியா கண்ணா?" என வனிதா குரல் எழுப்பினார்.

மூன்று நாட்கள் பயணமாக மதுரைக்குக்குக் கிளம்பிக்கொண்டு இருந்தார்கள். இரவு ரயிலில் பயணச்சீட்டை முன்பதிவு செய்து வைத்திருந்தார்கள். அப்பாவுக்கு அலுவலக விடுமுறை கிடைத்தால், அம்மாவுக்கு அதே நேரத்தில் விடுமுறை கிடைக்காது. இருவருக்கும் விடுமுறை கிடைக்கும்போது இனியனுக்கு 'ஸ்பெஷல் கிளாஸ்' அல்லது ஏதாவது ஒரு பள்ளி நிகழ்ச்சி வந்துவிடும். இப்போதுதான் மூவருக்கும் ஒரே நேரத்தில் ஐந்து நாட்கள் விடுமுறை கிடைத்திருந்தது.

படுக்கையில் படுத்து, கண்களை மூடியபடி இனியன் யோசித்துக்கொண்டு இருந்தான். மதுரையில் அம்மாவின் தங்கையான வந்தனா சித்தியும், அவரது கணவரான குமார் சித்தப்பாவும் இருக்கிறார்கள். இருவருமே மருத்துவர்கள். பரபரப்பான வாழ்க்கைதான். ஆனாலும் வந்தனா சித்தி அவனிடம் பாசமாக இருப்பார். அதேபோல, வீட்டில் இருக்கும் நேரத்தில் யாராவது சித்தப்பாவைப் பார்த்தால் மருத்துவர் என்றே சொல்ல மாட்டார்கள். கலகலப்பாகப் பேசுவார். கதைகளை விதவிதமான குரலில் சொல்லுவார்; குழந்தைகளோடு குழந்தையாகி விளையாடுவார். ஜாலியாக இருக்கும்தான், ஆனாலும் அவர்கள் இருவர் மட்டுமா அங்கு இருப்பார்கள்?

பெட்டி, பைகளை எடுத்து வைப்பதில் அப்பாதான் நிபுணர். எதை அடியில் வைக்கவேண்டும், எதை மேலே வைக்கவேண்டும் என்று பார்த்துப் பார்த்து எடுத்து வைப்பார். விட்டால் ஒரு யானைக்குட்டியைக்கூட அப்பா எப்படியாவது பைக்குள் வைத்து அடக்கிவிடுவார் என அம்மா ஜோக் அடிப்பது வழக்கம். அன்றும் அப்பா மூன்று பைகளைத் தயார் செய்து வைத்திருந்தார். ஒரு பையில் அப்பாவுக்கும் இனியனுக்கும் உள்ள உடைகள் இருந்தன. இன்னொரு பையில் அம்மாவின் பொருட்களை வைத்து இருந்தார். சித்தி வீட்டில் கொடுப்பதற்கான இனிப்பு, காரம், பழம் போன்றவை மூன்றாவது பைக்கு உள்ளே இருந்தன.

அப்பா தயாராக இருந்தார். அம்மா தயாராக இருந்தார். பைகளும் தயாராக இருந்தன. ஆனால் இனியன்?

"கிளம்பிட்டியாப்பா?" என மீண்டும் குரல் கொடுத்தபடி அறையினுள் நுழைந்த வனிதா திகைத்தார். அவனைப் பார்த்தால் மதுரைக்குக் கிளம்புபவனைப்போலத் தெரியவில்லை. கலைந்த தலை, கழுவாத முகம், வீட்டில் போடும் உடை, முக்கியமாக இறுக்கமான உடல்மொழியுடன், கண்களை மூடிக்கொண்டு தூங்குபவனைப்போலப் படுத்துக் கிடந்தான்.

"தூங்கிட்டியா? உண்மையிலேயே தூங்கிட்ட அப்படின்னா உன் விரலை ஆட்டுவ, இல்லேன்னா நடிப்புதான்!" என்றார் அம்மா குறும்புடன். அவன் அசையாமல் கிடந்தான். வலது ஆள்காட்டி விரல் மட்டும் லேசாக டிங் டிங் என்று அசைந்தது.

குபீரென சிரித்த வனிதா, "சின்னப்பிள்ளையா இருக்கும்போது எப்படி இருந்தியோ அப்படியேதான் இன்னமும் இருக்க. பதிமூணு வயசு ஆயிடுச்சு! ம்ம், எழுந்து ரெடி ஆகு! இன்னும் இருபது நிமிஷத்துல ரயில் நிலையத்துக்குக் கிளம்பணும்!" என்றார்.

"நான் வரலேம்மா. நீங்க வேணா போயிட்டு வாங்க" என்றான் எதிர்ப்புக் குரலுடன்.

**4**

# வயிற்று வலி

"என்னப்பா சொல்ற?" என்று வனிதா திகைத்தார். "மொத்தம் அஞ்சி நாளு லீவு கிடைச்சிருக்குது. உங்கப்பா வீட்டுலயே அட்டை மாதிரி ஒட்டிக்கிட்டு இருப்பாரு, அவரையே கிளப்பிட்டேன்; இந்த நேரம் பாத்து நீ வேற மக்கர் செய்யாத, கிளம்பு!" என்று குரலை லேசாக உயர்த்தினார்.

"லீவு விட்டா ஸ்கூல்ல அப்படியே சும்மா விட்ருவாங்களா?" என்றவன், "தலைக்கு மேல வேலை இருக்குது" என்று அம்மா அவ்வப்போது சொல்வதை அவரிடமே பயன்படுத்தினான்.

"உன் ஸ்கூல் டைரியிலயும் வாட்சப் குழுவிலயும் பாத்திட்டேன். மேத்ஸ் ஹோம் ஒர்க் தவிர வேற எதுவும் இல்லையே! அதையும் நீ நேத்தே முடிச்சிட்ட. அப்புறம் என்ன?" என்று விசாரித்தார்.

"அ...அது வந்து... ஜூரம் அடிக்குது" என்று சமாளித்தான். நெற்றியிலும் கழுத்திலும் தொட்டுப் பார்த்துவிட்டு, "அப்படி ஒண்ணும் சூடா இல்லையே?" என்றார் அம்மா.

"உள் ஜூரம்; ஆங்! அது மட்டுமா? வயிறு வலிக்குது" என வயிற்றையும் உதவிக்கு அழைத்துக்கொண்டான்.

"என்னடா இப்படிப் பண்ற! டிக்கெட் போட்டுட்டோம். அவங்க வீட்டுக்கு ஸ்வீட், காரம் எல்லாம் வாங்கிட்டோம்" என்று அவர் சொல்லி முடிக்குமுன் இடைமறித்த இனியன், "ஸ்வீட், காரத்தைப் பத்திக் கவலைப்படாதீங்க. நான் இருக்கேன்" என்றான் விளம்பரம்போல.

"வயித்து வலி, ஊருக்குப் போக முடியாது. ஆனா ஸ்வீட் சாப்பிட மட்டும் முடியுமா?" என்ற அம்மா, நேராக அப்பாவிடம் சென்று, "இது சரிவராது. டிக்கெட்டை ரத்து செய்ய முடியுமான்னு பாருங்க" என்றார்.

"டாக்டர்கிட்ட போகலாமா" என்று அப்பா கேட்டார். அம்மா, "அதெல்லாம் ஒண்ணுமில்ல! இப்ப மதுரைக்குப் போக அவனுக்கு விருப்பமில்ல. அதான் சும்மா ஏதேதோ சொல்றான். குட்டிம்மாவைப் பாக்கலாமுன்னு நினைச்சேன்; சரி, அடுத்து லீவு கிடைக்கும்போது பாப்போம்" என்று சொல்லி முற்றுப்புள்ளி வைத்தார்.

இனியன் படுக்கையில் இருந்தபடி இதையெல்லாம் கேட்டுக்கொண்டு இருந்தான். அம்மா ஆசைப்பட்ட பயணத்தை ரத்து செய்ய வைத்துவிட்டோமே என ஒருபுறம் வருத்தமாகத்தான் இருந்தது. ஆனாலும், மதுரைக்குப் போகவில்லை என்ற எண்ணமே தித்திப்பாக இருந்தது. அங்கு போகவும் வேண்டாம். அவளைப் பார்க்கவும் வேண்டாம்.

குட்டிம்மாவாம் குட்டிம்மா! தலையிலேயே ஒரு குட்டு வெக்கணும்! என்று நினைத்துக்கொண்டான். 'ஒவ்வொரு வீட்டில் சித்தப்பா, பெரியப்பாவின் மகன்களும் மகள்களும் எவ்வளவு பாசமாக, அன்பாக இருக்கிறார்கள். எனக்கும் வந்து வாய்த்திருக்கிறதே!' என மனதினுள் கசந்துகொண்டான்.

அவளால்தானே சித்தப்பா, சித்தியுடன் அவனால் சரிவரப் பழக முடியவில்லை. இல்லையென்றால் இந்நேரம் மதுரைக்கு ரயிலில் ஜாலியாகப் போய்க்கொண்டு இருந்திருப்பான். அவர்களோடு மகிழ்ந்து பழகியிருப்பான். 'என்றாவது ஒருநாள் அவளை நேரில் பார்த்தால் அன்று இருக்கிறது அவளுக்கு' என்று நினைத்துக்கொண்டான். நல்லவேளையாக அப்படி ஒருநாள், அந்த 2023ஆம் வருடம் முழுதும் வரவே இல்லை.

**5**

**2024**

**2024**ஆம் வருடம் பிறந்தது. தமிழ் இனியனை இப்போது ஒரு குட்டிப்பையன் என்றும் சொல்ல முடியாது. இளைஞன் என்றும் சொல்ல முடியாது. பதின் பருவத்தில், ஒன்பதாவது படித்துக்கொண்டு இருந்தான். லேசாக மீசை அரும்பிவிட்டிருந்தது.

அவனது ஆசைகள், பொழுதுபோக்குகள் எல்லாமே மாறிவிட்டிருந்தன. பெற்றோர் மீதான அன்பு, நண்பர்களுடன் பிணைப்பு இதுபோன்ற சில விஷயங்கள் மட்டும் மாறவில்லை; முக்கியமாக, அவள் மீது இருந்த கசப்பும் மாறவில்லை.

அவளது தவறுகள் அனைத்தும் அவனது மனதினுள் வரிசைகட்டி வரத்துவங்கின. அவளது முதல் தவறு, அவனது அருமை சித்தி, சித்தப்பாவின் மகளாகப் பிறந்தது. அதனால் அவர்களுடன் அவனால் இயல்பாகப் பழக முடியாமல் போனது. அவன் பிறந்த அதே மே 1 அன்று அவளும் பிறந்தாளே, அது இரண்டாம் தவறு! 'ஒரு நாள் முன்போ, பின்போ பிறந்திருக்கக்கூடாதா? அதே நாள்தான் பிறக்க வேண்டுமா? பிறந்த நாளையாவது எனக்கே எனக்கு என்று இருக்கவிட்டாளா? அதிலும் பங்கிற்கு வந்துவிட்டாள்' என நினைத்துக்கொண்டான்.

ஒரே நாளில் இரு சகோதரிகளுக்கும் பிறந்த குழந்தைகளுக்கு ஒரே மாதிரிப் பெயரை வைக்க வேண்டும் என நினைத்து, இவனுக்குத் தமிழ் இனியன் என்றும், அவளுக்குத் தமிழ் இனியா என்றும் பெயரை வைத்துவிட்டார்களே! பெயரில் கூடப் பங்கிற்கு வந்துவிட்டாள். இது மூன்றாம் தவறு.

பிறந்த நாள் முதலாகவே அவனோடு போட்டி போட்டுத் தொல்லை செய்வதே அவளது வேலை ஆகிவிட்டது. ஆரம்பத்தில் சாதாரணமாகக் கேள்விப்பட்டிருந்த செய்திகள் இப்போது அவளது ஆதிக்கத்தை வெளிப்படுத்துவதாகத்

தோன்றின. குழந்தையாக இருந்தபோதே முதலில் அவள்தான் குப்புறக் கவிழ்ந்தாளாம். அவள்தான் தவழ்ந்து, நின்று, நடந்து… என எல்லாவற்றையும் முதலில் செய்தாளாம். அவளைப் பார்த்துதான் அவன் பேசவே கற்றுக்கொண்டானாம்.

இப்படி வாழ்வின் ஒவ்வொரு படியிலும் அவனுக்கு முன்பாக அவள்தான் இரக்கமின்றி ஏறியிருக்கிறாள். தன் தொடர் வெற்றிகள் மூலம் அவனை ஒரு 'தோத்தாங்குளி' என்று உலகத்திற்கே எடுத்துக்காட்டி வந்திருக்கிறாள்;

'இப்படி அவளது தவறுகளை எண்ணுவதற்கு எங்களே போதாது. போகட்டும். இந்த அப்பா, அம்மாவுக்காவது தெரிய வேண்டாமா? குட்டிம்மா சுட்டிம்மா என அவளுக்கே ஆலவட்டம் சுற்றிக்கொண்டு இருக்கிறார்கள். வீட்டில் ஒரு மகன் இருக்கிறானே, அவனுக்கும் மனம் என்று ஒன்று இருக்கிறது என நினைத்துப் பார்த்தார்களா?'

வகுப்பில் முதலாவதாக அவன் வந்தால், அவளோ பள்ளியிலேயே முதலாவதாக வந்திருப்பாள். ஸ்பெல் பீயில் அவன் முதலாவதாக வந்தான் என்றால் அதற்கு முன் ஒலிம்பியாட்டில் அவள் கணிதம், அறிவியல் எனப் பல பிரிவுகளில் வெற்றி பெற்று, அந்தச் செய்தியைக் குடும்ப வட்டாரத்தில் பரவ விட்டிருப்பாள். பள்ளி முதல்வரிடம் அவன் பரிசு பெற்ற பெருமிதத்தை, மாவட்ட ஆட்சியரிடம் அவள் பரிசு பெற்ற புகைப்படம் இருட்டடிப்பு செய்துவிடும்.

அவளை, அவளது வெற்றிகளை, குறிப்பாக எடுத்தெறிந்து பேசும் தலைக்கனத்தை அவன் அறவே வெறுத்தான். அவளது வீட்டிற்குப் போய் அவளைப் பார்த்துவிடவே கூடாது என்றுதான் சென்ற டிசம்பர் விடுமுறையின்போது வயிற்றுவலி அது இது என்றெல்லாம் சொல்லி, மதுரைப் பயணத்தையே ரத்து செய்ய வைத்திருந்தான்.

இப்படியெல்லாம் செய்தால் அவளைத் தவிர்த்துவிடலாம் என அவன் கணக்கிட்டான். காலத்தின் கணக்கு வேறு ஒன்றாக இருந்தது என்பதை அப்போது அவன் அறிந்திருக்கவில்லை.

6

## அப்பாவின் உறுமல்

ஒன்பதாம் வகுப்புத் தேர்வுகள் முடிந்து, கோடை விடுமுறை துவங்கியது. நண்பர்கள் வந்து இனியனுடன் வீட்டில் விளையாடுவார்கள் அல்லது அவன் யாராவது நண்பனின் வீட்டிற்குச் சென்று வருவான். மொத்தத்தில், விடுமுறை அமைதியாகச் சென்றுகொண்டிருந்தது.

அன்று மாலையில் வனிதாவின் அலைபேசி அழைத்தது. எடுத்துப் பேசிவிட்டு வைத்தவர், 'வந்தனாதான் பேசினா!" என்றார் முகம் மலர. "என்னவோ விஷயம் இருக்கும்போலயே! உன் முகமே சொல்லுதே!" என்றார் திவாகரன். இனியனும் கண்களில் கேள்வியோடு அம்மாவை நோக்கினான்.

"மருத்துவக் கருத்தரங்கு ஒண்ணு அபுதாபியில அடுத்த வாரம் நடக்கப்போகுதாம். அதுக்கு வந்தனாவும் மாப்பிள்ளையும் போயிட்டு வரப்போறாங்களாம். போக ஒரு நாளு, வர ஒரு நாளு, கருத்தரங்கம் மூணு நாளு, ஆக மொத்தம் அஞ்சி நாளு நம்ம இனியா குட்டி மதுரையில தனியா இருக்கணுமேன்னு வந்தனா கவலைப்பட்டா" என்றார்.

"அட, இப்ப ஸ்கூல் லீவுதானே? எப்படியும் சென்னையில இருந்துதானே விமானம் ஏறணும்? இங்க வரும்போது அப்படியே புள்ளைய நம்ம வீட்டுல கொண்டு வந்து விடச்சொல்லு! அங்க மதுரையில எதுக்குத் தனியா இருக்கணும்?" என்றார் திவாகரன்.

"நாங்கூட அதையேதான் நினைச்சேன்!" என்ற வனிதா, அவனைப் பார்த்து ஒரு வினாடி தயங்கிவிட்டு, "சித்திகிட்ட சொல்லிடவா?" என்றார்.

'புள்ளயாம் புள்ள!' என மனதிற்குள் கடுகடுத்தவன், "இங்க வந்தாலும் அவளுக்கு போர்தான் அடிக்கும். பேசாம, அபுதாபிக்கே கூட்டிட்டுப் போகச்சொல்லுங்களேன். அங்க போனா; பாலைவனச் சவாரி போகலாம்; ஒட்டகத்தைப் பாக்கலாம்ல?" என்றான் விரோதமான குரலில்.

"இல்ல கண்ணா! விசா, டிக்கெட், தங்குமிடம் இதையெல்லாம் இவங்க ரெண்டு பேருக்கு மட்டும்தான் அவங்க மருத்துவமனை நிர்வாகம் ஏற்பாடு செய்யுமாம்; அதனால குட்டிம்மாவைக் கூட்டிட்டுப் போக முடியாதாம்" என்றார் வனிதா வெள்ளந்தியாக!

திவாகரன், "நீ முதல்ல அவங்களுக்கு போன் செஞ்சி பேசு. குழந்தையை இங்க கொண்டு வந்து விட்டுட்டு, அப்புறம் அவங்க அபுதாபி, அமெரிக்கா எங்க வேணா போகட்டுமே!" என்றார் மெய்யான மகிழ்ச்சியுடன்.

பொதுவாக எல்லோருக்கும் வயது கூடும். இவளுக்கோ, முதலில் 'இனியா குட்டி', அதற்கடுத்து 'புள்ள', அப்புறம் 'குட்டிம்மா', இப்போது 'குழந்தை' என வயது வேகமாகக் குறைகிறதே என மனதினுள் புகைந்தான். "இப்ப வேணாம்; அப்புறமா இனியாவை நம்ம வீட்டுக்குக் கூப்பிடலாம்ப்பா!" என்று தன் எதிர்ப்பை வெளிப்படுத்திப் பார்த்தான். அம்மாவை விடவும், அப்பாவை வளைப்பது கொஞ்சம் சுலபம் என்பதே அவனது எண்ணம். அந்த எண்ணத்தை, திவாகரனே தவிடுபொடி ஆக்கினார்.

"யோசிச்சிதான் பேசிட்டு இருக்கியா இனியா?" என்று கடுமையான குரலில் அப்பா கேட்டார். அவனது வயிற்றுக்குள் ஏதோ ஒரு பந்து உருண்டது. அம்மா எவ்வளவு திட்டினாலும் அவன் அதைப் பொருட்படுத்த மாட்டான். அவனிடம் எப்போதும் இணக்கமாக, இளக்கமாகப் பேசும் அப்பா, கொஞ்சம் குரலை உயர்த்தினாலும் போதும், அதிர்ந்து போய்விடுவான். இப்போது அப்படித்தான் உணர்ந்தான்.

"வயசுக்கு வந்த பெண் குழந்தையை அஞ்சி நாளு வீட்டுல தனியா எப்படி விட்டுட்டு வெளிநாடு போகுறதுன்னு அவங்க யோசிச்சிக்கிட்டு இருக்காங்க. பெரியப்பா, பெரியம்மான்னு நாங்க இருந்துக்கிட்டு சும்மா இருக்க முடியுமா? இந்த மாதிரி நேரத்துல உதவாத சொந்த பந்தம் எதுக்கு? அதுலயும் அந்தப் புள்ள நம்ம வீட்டுக்கு வந்தே மூணு வருஷம் ஆயிடுச்சு."

"............."

"ஒத்தைப்புள்ளையா இருந்து செல்லம் குடுத்து உன்னை வளத்துட்டோம்னு நினைக்கிறேன். யாராவது வீட்டுக்கு வந்தா நல்லா இருக்கும்னு நினைக்கணும். யாருமே வர வேணாம்னு நினைக்கக்கூடாது, புரியுதா?" என கிட்டத்தட்ட உறுமினார்.

வேறு வழியின்றி, "சரிப்பா!" என முனகினான். வனிதா அலைபேசியைக் கையில் எடுத்து மதுரைக்குப் பேசினார். வந்தனாவும் மகிழ்வுடன் நன்றி சொன்னார். அப்படித்தான் எதிரி இனியா, அவனது எதிர்ப்பையும் மீறி, அவர்களுடைய வீட்டினுள் காலடி எடுத்து வைத்தாள்.

# 7

# விருந்தாளிகள்

**அ**ன்று ஞாயிற்றுக்கிழமை. வீடே பிரகாசமாக மாறிவிட்டிருந்தது. கோலம்கூட சற்று அழகாக, பெரிதாக போடப்பட்டு வண்ணமயமாக இருந்தது. 'வெல்கம்!' என்று பொறிக்கப்பட்ட கால் மிதியடி, வாசலில் போடப்பட்டது. அம்மா, காலை உணவுடன் சேர்த்து, மதிய உணவையும் தயாரித்துக்கொண்டிருந்தார். காலை பதினோரு மணியளவில் வீட்டு வாசலில் ஓலா டாக்சி ஒன்று வந்து நின்றது. அப்பாவும் அம்மாவும் வீட்டுவாசலுக்குச் சென்று, விருந்தாளிகளை வரவேற்றனர். அந்த மகிழ்ச்சிக் கூச்சலில் சற்றே ஒதுங்கி நின்றான் இனியன்.

அப்பா திரும்பி, குறிப்பாக அவனை ஒரு பார்வை பார்த்தார். வந்தவர்களை அவன் இன்னும் வரவேற்கவில்லையாம். ஈயென்று வாயை வைத்துக்கொண்டு, "வாங்க சித்தப்பா, வாங்க சித்தி" என்று மட்டும் சொல்லிவிட்டு அத்துடன் தன் வரவேற்பை முடித்துக்கொண்டான். அவளை வரவேற்பதாக இல்லை.

"அட! நம்ம இனியன் நல்லா வளந்திட்டானே!" என சித்தி அவனைத் தட்டிக் கொடுத்தார். "மீசைகூட லேசா வந்திருச்சே!" என சித்தப்பா புன்னகை செய்தார். அவர்கள் இருவரும் வீட்டுக்கு வந்தது அவனுக்கு மகிழ்ச்சியாகவே இருந்தது. அவர்களுடைய பைகளை வாங்கி, தன் அறையில் கொண்டுபோய் வைத்தான். "இனியனுக்கு பேட்மிட்டன் விளையாடப் பிடிக்கும்ணு கேள்விப்பட்டேன். இந்தா" என எடுத்துக் கொடுத்தார் சித்தப்பா. புதிய யோனெக்ஸ் பேட் மற்றும் 12 கார்க் கொண்ட ஷட்டில் ட்யூபையும் பரிசாகக் கொடுத்தார். "தேங்க்ஸ் சித்தப்பா!" என்று வாங்கிக்கொண்டான்.

டக் டக் என்ற மெல்லிய நடைச் சத்தம் அவனது காதுகளில் விழுந்தது. அவளாகத்தான் இருக்கும். "வாடா செல்லக்குட்டி!" என்ற அம்மா, உள்ளே நுழைந்த சிறுமியை அள்ளி அணைத்து வரவேற்றார். இனியா வீட்டுக்குள் நுழைந்தாள். "வாம்மா" என்று அன்புடன் வரவேற்ற பெரியப்பாவின் கால்களைத்

தொட்டு ஆசி வாங்கியவள், பெரியம்மாவைக் கட்டிப் பிடித்து முத்தமிட்டாள். பதிலுக்கு வனிதாவும் அவளை முத்தமிட்டார்.

"சூப்பரா வளந்திட்ட, நல்லா உயரமா! அந்தக் காலத்துல உங்கம்மாவும் இதே மாதிரிதான் இருப்பா. இங்க பாத்தீங்களா நம்ம குட்டிம்மா எப்படி வளந்திட்டான்னு! இனியனைவிடக் கொஞ்சம் உயரமா ஆயிட்டாள்ல?" என்று அவளைக் கொஞ்சி நெட்டி முறித்தார் வனிதா. இனியன் எரிச்சலுடன் பார்த்தான். "வளந்திட்டா. இனிமே இனியான்னுதான் சொல்லணும், குட்டிம்மான்னு சொல்லக்கூடாது" என்றார் அப்பா. முதல் முறையாகச் சரியான வார்த்தை சொன்னார் என இனியன் அவரை மெச்சுதலாகப் பார்த்தான்.

"அதெல்லாமில்ல பெரியப்பா! உங்களுக்கும் பெரியம்மாவுக்கும் நான் குட்டிம்மாதான் எப்பவுமே!" என்று செல்லம் கொஞ்சினாள் அவள். "அப்படி சொல்றா குட்டி!" என்ற அம்மா அவளைக் கிட்டத்தட்ட தூக்காத குறையாக இழுத்துக்கொண்டு உள்ளே சென்றார். "பெண்குழந்தைகள் பெண்குழந்தைகள்தான். அவங்க மாதிரி பாசம் காட்ட யாராலும் முடியாது!" என்று பாராட்டுதலாகச் சொன்னார் அப்பா. இதைக் கேட்டதும் அவனுக்கு ஒருமாதிரி ஆகிவிட்டது.

"இவளை நீ இப்படிக் கொஞ்சிட்டே இருந்த, அப்புறம் மதுரைக்கு வரவே மாட்டேன்னு சொல்லிடப் போறா!" என வந்தனா செல்லமாக மிரட்டினார். "அதனாலென்ன?" என்றார் வனிதா. "செல்லத்தை நான் இங்க சென்னையில படிக்க வெச்சிக்கிறேன். நீ இதோ, இவனை அங்க கூட்டிட்டுப் போயிடு. கணக்கு சரியாயிடும்" என்று சொல்லவும் அங்கே ஒரே சிரிப்பலை எழுந்தது.

"உள்ளே நடந்தவள் திடுமெனத் திரும்பி நடந்து அவனிடம் வந்து நின்றாள். "ஹாய் ப்ரோ! எப்படி இருக்க?" என்று புன்னகையுடன் அவனை நேருக்கு நேர் நின்று கேட்டாள். எல்லோரும் பார்க்கும்போது, குறிப்பாக அப்பா பார்க்கும்போது என்ன செய்வது? "நல்லாருக்கேன். நீ?" என்று முணுமுணுத்தான். "சூப்பரா இருக்கேன்" என்று சொல்லிச் சிரித்தாள். "குட்டிம்மா இங்க வா" என்று அம்மாவின் குரல் கேட்டது. "வந்திட்டேன் பெரியம்மா!" என்று சொல்லியபடி திடுதிடுவென வீட்டினுள் ஓடினாள். இனியன் செய்வதறியாது நின்றிருந்தான்.

# 8
## வீட்டுக்குள் எதிரி

ஒரே ஒருநாள், அதுவும் காலை பதினோருமணி முதல், மாலை நான்குமணி ஆவதற்குள் இனியனுக்குப் போதும் போதுமென்று ஆகிவிட்டது. சித்தப்பா, சித்தியுடன் இனியா வந்ததும் சற்று நேரம் எல்லோரும் பேசிக்கொண்டு இருந்தார்கள். அதற்குள் மதிய உணவு நேரம் வந்துவிட்டது. அம்மா சிறப்பாக விருந்தைப் போலவே சமைத்து வைத்திருந்தார். தட்டுகளை எல்லோருக்கும் வைப்பது, தண்ணீர் வைப்பது என சின்னச்சின்ன வேலைகளை இனியாவும் சேர்ந்து செய்தாள். அவ்வளவு வேகமாக அவள் வீட்டில் ஒருத்தியாக மாறிவிட்டாள் என்பது வெளிப்படையாகவே தெரிந்தது.

எல்லோருடனும் சேர்ந்து இனியனும் சாப்பிட அமர்ந்தான். அவனுக்குப் பிடிக்கவே பிடிக்காத கேரட் பொரியல், தட்டில் அவனைப் பார்த்துச் சிரித்தது. 'அம்மா பொதுவாக இதைச் சமைக்க மாட்டார்களே?' என யோசித்தான். "எனக்கு கேரட் பொரியல் பிடிக்கும்னு உங்களுக்கு எப்படிப் பெரியம்மா தெரியும்?" என்று இனியா வியப்புடன் கேட்டபோது, அந்தப் பொரியலை அம்மா ஏன் செய்திருந்தார் என்று அவனுக்குப் புரிந்துவிட்டது. கோபத்துடன் அரைகுறையாகச் சாப்பிட்டுவிட்டு விரைவாக எழுந்துவிட்டான்.

"எல்லாரோடவும் சேந்து சாப்பிடும்போது, நாம மட்டும் சீக்கிரம் எழுந்திட்டா, அப்புறம் மத்தவங்களால நிதானமா சாப்பிட முடியாதுல்ல? அதனால இனிமே எல்லாரும் சாப்பிட்டு முடிக்கிற வரைக்கும் எழுந்திருக்காம இருக்கணும்" என அப்பா எடுத்துச் சொன்னபோது தலையாட்டினான். அவள் வந்ததிலிருந்தே, அப்பாவிடம் கெட்ட பெயரைத்தான் வாங்கிக்கொண்டு இருக்கிறான், 'எல்லாமே அவளால்தான்' என்று மனதிற்குள் புகைந்தான்.

மாலை நான்கு மணி ஆனதும், சித்தி, சித்தப்பா இருவரும் சென்னை விமான நிலையத்திற்குக் கிளம்பிவிட்டார்கள். ஐந்து நாட்கள் கழித்து வருவதாகச் சொல்லி, மகளை விட்டுவிட்டுச்

சென்றுவிட்டார்கள். அப்பா, அம்மாவுக்கு டாட்டா காட்டியதற்குப் பிறகு அவள் இயல்பாகவே இருந்தாள். பெற்றோரைப் பிரிந்து அவள் அப்படி ஒன்றும் வருத்தப்பட்டதாகத் தெரியவில்லை. தன் பெரியம்மாவுடன் கோந்து போல ஒட்டிக்கொண்டாள்.

சித்தி, சித்தப்பா கிளம்புவதற்காகவே காத்திருந்த இனியன், தன்னுடைய அறைக்குள் சென்று புகுந்துகொண்டான்.

சில நிமிடங்கள் கழித்து அம்மா உள்ளே நுழைந்தார். "இனியா, உன் அறையில குட்டிம்மாவும் தங்கட்டுமா?" என்று கேட்டார். அவனது அறை சற்றுப் பெரிதாக இருக்கும் என்பதே காரணம். "வேணாம்மா, உங்க கூடவே வெச்சிக்கங்க. அதுதான் சரியா இருக்கும்" என்றான் வெடுக்கென. அவனை ஏற இறங்கப் பார்த்தவர், சற்று யோசித்தார். "நீ சொல்லுறதும் நல்ல யோசனைதான்; நாங்க ரெண்டு பேரும் மாடி ரூமில படுத்துக்கிறோம், அங்கதான் ஏசி இருக்கு" என்று சொல்லிவிட்டுப் போய்விட்டார்.

புது இடம்; மற்றவர் வீட்டிற்கு வந்திருக்கிறோம் என்பது போன்ற எந்த உணர்வும் இன்றி, இயல்பாக அந்த வீட்டில் இனியா பொருந்திப் போனாள். காலையில் எழுந்திருக்கும்போதே வனிதாவுடன் சேர்ந்து கோலம் போடுகிறேன் என்று கூடவே போய் நிற்பாள். அவர் போடும் ரங்கோலியைக் கண்கள் விரியப் பார்த்துக்கொண்டு இருப்பாள்.

அது மட்டுமா? அப்பாவுக்குக் காஃபி கொண்டுபோய்க் கொடுப்பாள். அவருடன் கடைக்குப் போய் காய்கறி வாங்கி வருவாள். வீட்டின் ஜன்னல் விரிப்புகளை மாற்றவேண்டும் என அம்மாவிடம் சொல்லி, கடைக்குச் சென்று புதுத் துணி வாங்கி, அதை மாற்ற வைத்தாள். எந்த எந்தத் துணிகள், எந்த எந்த வித ஜன்னலுக்கு எடுப்பாக இருக்கும் என்று பெரியம்மாவும் குட்டிம்மாவும் ஆர்வத்துடன் பேசியதைக் கேட்டுக் கேட்டு, அவனுக்குக் காது வலியே வந்துவிட்டது.

பல்லைக் கடித்துக்கொண்டு 'இன்னும் நான்கைந்து நாட்களைத் தள்ளிவிட்டால் போதும். சித்தி சித்தப்பா வந்து அவளைக் கூட்டிச் சென்று விடுவார்கள்' என்று நினைத்த இனியன் பெருமூச்சு விட்டான். 'இந்தப் பொழுதுதான் எவ்வளவு மெதுவாகப் போகிறது?'

**9**

# பொழுதுபோக்குக் கூட்டணி

இரண்டு நாட்கள் சென்றுவிட்டிருந்தன. இனியனின் வாழ்வில் நெடிய அந்த இரு நாட்களைக் கழிப்பதற்குள் அவனுக்கு மூச்சு முட்டிப் போனது என்றுதான் சொல்ல வேண்டும். வீட்டின் இயல்புத் தன்மை மாறிப் போயிருந்தது தெளிவாகத் தெரிந்தது.

முதல் மாற்றம், அப்பா அலுவலுக்குச் செல்லாமல் மூன்று நாட்கள் விடுப்பு எடுத்தது. வார நாட்களில் அவர் வீட்டில் இருந்து அவன் பார்த்ததே இல்லை என்று சொல்லலாம். அப்படிப்பட்ட அப்பா, குட்டிம்மாவுக்கு போர் அடிக்காமல் இருக்க, அவளுக்கு ஆங்காங்கே சுற்றிக்காட்டுவதற்காக இந்த மூன்று நாட்களாக லீவு போட்டுவிட்டு தினமும் ஒரு இடத்திற்குக் கூட்டிச் சென்றார். கூடவே இலவச இணைப்பாக அவனையும்.

அம்மா மென்பொருள் நிறுவனத்தில் வேலை பார்த்தார். பெரும்பாலும் 'ரிமோட் ஒர்க்' என்று சொல்லக்கூடிய அளவில், வீட்டிலிருந்துதான் வேலை பார்த்து வந்தார். இப்போது அவரும் லீவு போட்டுவிட்டு, அப்பா-குட்டிம்மா பொழுதுபோக்குக் கூட்டணியில் இணைந்துவிட்டார் என்றால் கேளிக்கைக்கு என்ன குறைவு வந்துவிடப் போகிறது? அந்த உற்சாகர்களுக்கு நடுவில், ஓட்டாமல் தவித்தது இவன் மட்டுமே!

முதல் நாளின் பொழுதுபோக்கு துவங்கியது. மங்களகரமாக முதலில் ஒரு கோவில்; கடும் பக்திக்கு அடுத்து, குழந்தைகள் பார்க்கும் திரைப்படம் ஒன்று (குட்டிம்மா தேர்ந்தெடுத்தது), கடைக்காரர்களை வாழ வைக்கும் நோக்குடன் ஒரு வணிக வளாகம், அங்கேயே உணவகத்தில் விருந்து என வெளியே சுற்றித் தீர்த்தார்கள்; அன்றைய பொழுது மட்டும் கொஞ்சம் நன்றாகக் கழிந்ததுபோலத்தான் தோன்றியது. இருந்தாலும் 'இதையெல்லாம் எனக்காகவா செய்கிறார்கள்? அவளுக்காகத்தானே?' என்ற உணர்வும் தோன்றி அவனை ரசிக்க விடாமல் அலைக்கழித்தது.

வணிக வளாகத்தில், இனியாவுக்காக அவர்கள் விலை உயர்ந்த பொருள் எதையும் வாங்கிவிடவில்லைதான். ஆனாலும், ஸ்டிக்கர் பொட்டுகள், தலையில் மாட்டும் க்ளிப்புகள், உதட்டுச் சாயம் இதுபோன்ற சிறு சிறு பொருட்களைக் கடை கடையாக ஏறி இறங்கி வெறிகொண்டு வாங்கினார்கள். அதற்கான நேரத்தில் என்ன செய்வதென்று தெரியாமல் அவன் வெளியே அமர்ந்திருக்க வேண்டியிருந்தது.

அன்றிரவு வீடு திரும்பியபின், அன்று வாங்கிய பொருட்களை அணிந்து அழகு பார்க்கும் படலம் துவங்கியது. மழை விட்டும் தூவானம் விடாததுபோல இனியன் இடிந்து போனான். தன் அறைக்குள் புகுந்துகொண்டான். சற்று நேரம் கழிந்தது. ஆள் அரவமே இல்லை. 'மீண்டும் எங்காவது கிளம்பிவிட்டார்களோ என்னவோ?' இனியன் மெதுவாக வெளியே வந்து பார்த்தான்.

கூடத்தின் நடுவில், சோஃபாவுக்குப் பக்கத்தில் தரை விரிப்பில் அவர்கள் அமர்ந்திருந்தார்கள். இனியா, அப்பாவின் மடியில் தலை வைத்துப் படுத்திருந்தாள். அப்பா செ்ன் துறவி போல ஆடாமல் அசையாமல் அமர்ந்திருந்தார். தன் கால்களை, அடுத்து அமர்ந்திருந்த அம்மாவின் மீது நீட்டியிருந்தாள். அம்மா, அவளது கால் நகங்களுக்கு சிரத்தையுடன் பாலிஷ் போட்டு விட்டுக்கொண்டு இருந்தார். வீடு முழுதும் பெயிண்ட் அடிப்பதுபோன்ற வாடை, அந்த நக பாலிஷ் திரவத்திலிருந்து வந்துகொண்டு இருந்தது.

வனிதா திரும்பி அவனைப் பார்த்தார். "அட, இப்பதான் உன்னைப் பத்தி நினைச்சேன். உடனே வந்து நிக்கிற!" என அவரது முகம் பூவாய் மலர்ந்தது. ஏதோ, அம்மாவுக்காவது அவனைப் பற்றிய நினைப்பு இருக்கிறதே! என்ன இருந்தாலும் பத்து மாதம் சுமந்து பெற்றவர் அல்லவா? என்ன என்பதுபோல் சற்றே பாசத்துடன் அவரைப் பார்த்தான்.

"குட்டிம்மா தண்ணி கேட்டா. உன்னைக் கூப்பிடலாமுன்னு நினைச்சேன். மேஜை மேல வெச்சிருக்கேன் பாரு. எடுத்துக் குடு" என்று வனிதா புன்னகைத்தார்.

'என்ன சொல்வது?' என்று யோசித்தபோது "அதெல்லாம் ஒண்ணும் வேணாம்" என்று அப்பா கைநீட்டி அவனைத் தடுத்தார். அப்பாவை சற்றே நம்பிக்கையுடன் பார்த்தான். "ஃப்ரிட்ஜ் உள்ள இருந்து ஜில்லுனு தண்ணி கொண்டுவா. குட்டிம்மாவுக்கு அதுதான் புடிக்கும்" என்று உறுதியாகச் சொன்னார்.

10

# தாத்தா – பாட்டி

இரண்டு நாட்கள் கழிந்து மூன்றாம் நாள் பொழுது விடிந்தது. இனியன், தன் அறைக்குள் வழக்கம்போல இருந்தான். வீட்டினுள் கலீர் கலீரென்று சிரிப்புச் சத்தம் கேட்டபடி இருந்தது. வேறு யார்? அவளேதான்! மெள்ள எட்டிப் பார்த்தான். பள்ளியில் நடக்கும் நிகழ்வுகளைத் தன் பெற்றோருடன் அவனும் அவ்வப்போது பகிர்வது உண்டுதான். ஆனாலும் இனியா, ஒவ்வொரு காட்சியாக எதைப் பற்றியோ பேசி, நடித்தே காட்டிக்கொண்டு இருந்தாள். 'இவர்கள் மூவரும் சேர்ந்து சிரிக்கும் சத்தம் அடுத்த தெருவிலும் கேட்கும்போல?' என்று நினைத்துக்கொண்டான்.

இவன் அமைதியாகக் கூடத்தின் வழியே நடந்து சமையலறைக்குச் செல்வதைப் பார்த்த இனியா, "ப்ரோ, வா வந்து உக்காரு!" என அழைத்தாள். அவன் அமைதியாகத் தலையாட்டிக்கொண்டே அங்கிருந்து சென்றுவிட்டான். "ஏன் பெரியம்மா என்கிட்டே இனியன் பேசவே மாட்றான்?" என விசாரித்தாள்.

"நீங்க சின்னப் பிள்ளையா இருந்தப்ப பாத்ததுதானே! இப்ப எல்லாரும் வளந்துட்டீங்க. அவன், பொண்ணுங்ககூடப் பேசிப் பழகல; ஸ்டார்ட்டிங் ட்ரபிள்தான். போகப் போக சரியாயிடுவான்!" என்று சமாதானம் சொன்னார். மகள் அதைக்கேட்டுத் தலையாட்டினாள். ஆனால் வனிதாவுக்கே வேறுபாடாகத் தெரிந்தது. 'ஏன் இவன் இப்படி இருக்கிறான்?'

வனிதா - வந்தனாவின் பெற்றோர் மற்றும் குமாரின் பெற்றோர் ஆகிய இருவழித் தாத்தா பாட்டிகளும் அதே சென்னையில்தான் வசித்துவந்தனர். அதனால், பேத்தியைப் பார்ப்பதற்காக என முதலில் இனியாவின் தந்தைவழிப் பெரியவர்கள் வந்து பார்த்துவிட்டுப் போனார்கள். அடுத்து தாய் வழித் தாத்தா, பாட்டிகள் வந்திருந்தனர். இனியனுக்கும்

அவர்கள் தாய்வழித் தாத்தா, பாட்டிதான் என்பதால் கொஞ்சம் இலகுவாகப் பழகினான்.

"பசங்களுக்கு இன்னும் ரெண்டு நாள்ல பிறந்தநாள் வருதுல்ல? அதுக்கு நாங்கதான் டிரெஸ் எடுத்துக் கொடுப்போம்" என தாத்தா, பாட்டி சொல்லிவிட்டார்கள். அதனால் எல்லோருமாகத் துணி எடுக்கக் கிளம்பினார்கள். இனியனின் உடையைத் தேர்ந்தெடுக்க மொத்தம் பத்து நிமிடங்கள்தான் தேவைப்பட்டன. அடர் நீல நிற ஜீன் மற்றும் ஆகாய நீல நிற டி ஷர்ட்டை எடுத்து முடித்துவிட்டான்.

இனியாவுக்குப் புது உடை எடுப்பது ஒன்றும் அவ்வளவு சுலபமாக இல்லை. ஏதேதோ உடை வகைகளைப் பார்த்து சலித்தெடுத்த பிறகு, நான்கைந்து நிறங்களின் கலவையில் கவுன் ஒன்றை எடுத்திருந்தார்கள். அதற்குத் தோதாக அணிகலன்களைத் தேர்ந்தெடுக்க எல்லோரும் சென்றிருந்தார்கள். முட்டி வலி என்பதால் தாத்தா தனியே அமர்ந்திருந்தார். அவருக்குத் துணையாக இருக்கும் சாக்கில் அவருடன் இனியன் தங்கிவிட்டான்.

"நீ போகலையா?" என அவர் விசாரித்தார். "ப்ச்...நான் போயி என்ன செய்யப்போறேன் தாத்தா? அதான் எல்லாரும் அவளை அப்புடித் தாங்குறாங்களே!" என்றான். தாத்தா அவனை உற்றுப் பார்த்துவிட்டு, "வீட்டுக்கு வந்திருக்கா. அதான் கவனிக்கிறாங்க. நீ ஏன் வித்தியாசமா நினைக்கிற?" என்று கேட்டார்.

"அவளை கவனிக்கிறது பிரச்சினை இல்ல தாத்தா! அவளை மட்டும்தான் இப்படிக் கவனிக்கிறாங்க. எனக்காக அப்பா, அம்மா ரெண்டு பேரும் என்னிக்காவது லீவு போட்டிருக்காங்களா? என்னவோ வானத்திலே இருந்து இவ குதிச்சா மாதிரி ஓவரா பண்றாங்க! பெத்தவங்களுக்கு எல்லாப் பசங்களும் சமம்தானே?" என்று கேட்டான்.

"அதெப்படி? சமம் எல்லாம் கிடையாது!" என்று அவனை அதிர வைத்தார் தாத்தா.

# 11
# மறுபக்கம்

"பசங்க எல்லாரையும் ஒரே மாதிரிதான பெத்தவங்க, பெரியவங்க ட்ரீட் பண்ணணும் தாத்தா?" என இனியன் கேட்டதற்கு தாத்தா ஆமாம், அதிலென்ன சந்தேகம் என்று பதில் சொல்வார் என எதிர்பார்த்தான். ஆனால், அவரோ, "அதெப்படி?" என அவனை வியப்படையச் செய்தார்.

"என்ன தாத்தா சொல்றீங்க? பெத்தவங்க, பிள்ளைங்களை ஒரே மாதிரிதானே நடத்தணும்?" என்றான் விவாதம் செய்யும் குரலில்.

"அது அப்படி இல்ல செல்லம்!", என்றார் தாத்தா. "பெத்தவங்க, பிள்ளைங்க எல்லார் மேலயும் அன்பு-பாசத்தை வேணா ஒரே அளவுல சமமா வைக்கலாம். ஆனா ஒரே மாதிரி நடத்தமாட்டாங்க, நடத்த முடியாது; நடத்தவும் கூடாது!" என்று ஒரே போடாகப் போட்டார். பேரன் அவர் சொல்வதைத் திகைப்புடன் கவனித்தான்.

"நல்லா உடல் நலத்தோட இருக்கற பிள்ளையைவிட, உடம்பு சரியில்லாத பிள்ளையை அதிகம் கவனிக்கணும்; நல்லா படிக்கிற பிள்ளையைவிட, படிப்பில் சிரமப்படும் பிள்ளைகிட்ட அதிக நேரம் உக்காரணும்; கூடவே இருக்கற பிள்ளையைவிட, ஹாஸ்டல்ல இருக்கும் பிள்ளை வீட்டுக்கு வந்தா நல்லா கவனிக்கணும்; பெரும்பாலும் வெற்றியை ருசிக்கும் பிள்ளையைவிட, அதிகமா தோல்வி அடையும் பிள்ளைக்கு அதிக நேரம் செலவழிச்சு, அக்கறை எடுத்து உற்சாகமூட்டி முன்னேத்தணும்; பாசம் எல்லாப் பிள்ளைங்களுக்கும் ஒரே அளவுதான் அப்படின்னாலும் பரிவு காட்டுறது, கவனிக்கிறது இதெல்லாம் சூழலுக்குத் தகுந்தா மாதிரி பிள்ளைக்குப் பிள்ளை மாறும்; மாறணும்" என்று விளக்கினார்.

"................."

"அதனால, உன்னைவிட அவளை நல்லா கவனிக்கிறாங்க அப்படின்னா ஏதோ ஒருவிதத்துல அவ பாவம் அல்லது இன்னும் கவனிப்பு தேவைப்படுது அப்படின்னு புரிஞ்சிக்க" என்றார் சமாதானமான குரலில்.

"அதெப்படி தாத்தா? அவளுக்கு என்ன குறைச்சல்? என்னைவிட உயரமா இருக்கா. நல்லா படிக்கிறா? பேசிப் பேசியே எல்லார்கிட்டயும் நல்ல பேர் வாங்கிடுறா, வேற என்ன காரணம்?" என்று கேட்டான்.

"உங்கம்மா எங்களுக்கு போன் செஞ்சி கூப்பிட்டா. அப்ப என்ன சொன்னா தெரியுமா? 'என் அலுவல் வேலையை வீட்டிலிருந்தே செஞ்சிடறேன், அதனால நம்ம இனியனை என்னால நல்லா கவனிக்க முடியுது. ஆனா அவங்க ரெண்டு பேரும் பிஸியான மருத்துவர்கள் அப்டிங்கிறதால, மகளை கவனிக்க வந்தனாவுக்கு நேரமே கிடையாது. குட்டிம்மா பாவம்! பாசத்துக்கு ஏங்குது! நீங்களும் அம்மாவும் வந்து அவளைப் பாத்துட்டுப் போங்க' அப்படின்னு சொல்லிக் கூப்பிட்டா. இந்தக் காரணத்தாலதான் இனியாவை இன்னும் கொஞ்சம் பரிவு காட்டி கவனிச்சிருப்பா. அதை நீ உன்னோட ஒப்பிட்டுப் பாக்கவே கூடாது!" என்று சொல்லி முடித்தார்.

இனியன் நன்கு சிந்திக்கத் தெரிந்தவன். தான் பிடித்த முயலுக்கு மூன்றே கால் என அடம் பிடிப்பவன் அல்ல. தாத்தா சொன்ன கோணத்தை அவன் இதுவரை யோசித்ததே இல்லை; ஏற்கெனவே நடந்திருந்த விஷயங்களின் மறுபக்கம் இப்போதுதான் அவனுக்குப் புரிந்தது. வீட்டுக்கு வந்திருக்கும் இனியாவை, பெற்றோர் ஏன் விழுந்து விழுந்து கவனித்தார்கள், எதற்காக லீவு போட்டுவிட்டு, கூட்டிச்சென்று சுற்றினார்கள் என்றெல்லாம் புரிந்துகொண்டான்.

அப்பா, அம்மா மீது இருந்த மனவருத்தம் மறைந்துவிட்டது. இனியா பாவமோ, இல்லையோ தெரியாது. ஆனால், கர்வம் பிடித்தவள் என்பதற்கு அவனிடமே சான்று இருந்தது. அதனால், அவளிடம் பேசுவதில்லை, அவளிடமிருந்து விலகி இருப்பது என்ற தன்னுடைய முடிவில் எந்த ஒரு மாற்றமும் இல்லை என உறுதி எடுத்துக்கொண்டான்.

# 12

## பிறந்தநாள் ஏற்பாடு

மூன்று நாட்கள் சென்று விட்டிருந்தன. அன்றுதான் நான்காம் நாள். மறுநாளான மே ஒன்றாம் தேதி அன்றுதான் இனியனுக்கும் இனியாவுக்கும் பிறந்தநாள். வழக்கமாகப் பிறந்தநாளை ஆடம்பரமாகக் கொண்டாடும் வழக்கம் அவர்கள் வீட்டில் கிடையாது. தாத்தா, பாட்டியிடம் சென்று ஆசி வாங்குவது, கோவிலுக்குப் போவது, அப்புறம் வெளியே எங்காவது உணவகத்தில் சாப்பிட்டு வருவது இவற்றைத்தான் செய்து வந்தார்கள்.

விதி என்றாலே அதற்கு விலக்கும் இருக்க வேண்டும்தானே! அந்த வருடம், வீட்டிலேயே நண்பர்களையும் உறவினர்களையும் அழைத்து, இரண்டு பேருக்கும் சேர்த்து ஒரே விழாவாகக் கொண்டாடிவிடுவது என முடிவெடுத்தார்கள்.

இருவரும் சேர்ந்து வெட்டும்படி டபுள் சாக்லேட் கேக் ஒன்றிற்கு சொல்லியிருந்தார்கள். அந்தக் கேக்கின் இடப்பக்கத்தில் ஒரு காரின் வடிவமும் (இனியனின் விருப்பம்), வலது பக்கத்தில் யூனிகார்ன் வடிவமும் (இனியாவின் விருப்பம்) வருமாறு ஆர்டர் தந்திருந்தார்கள்.

சூப், ஃபிரைட் ரைஸ், நூடுல்ஸ், சப்பாத்தி மற்றும் ஐஸ்க்ரீம் ஆகியவைதான் இரவு விருந்தின் மெனுவாக இருந்தன. தாத்தா, பாட்டிகள் உள்ளிட்ட நெருங்கிய உறவினர்கள், அப்புறம் இனியனின் நண்பர்கள் என மொத்தம் சுமார் முப்பது பேர் அழைக்கப்பட்டு இருந்தனர். நண்பர்களுக்கு எதிர் பரிசாக என்ன கொடுக்கலாம் என யோசித்தனர். புத்தகங்களைவிடச் சிறந்த பரிசு வேறு என்ன இருக்க முடியும்? அப்பாவும் அம்மாவும், தேனாம்பேட்டையில் இருந்த 'பாரதி புத்தகாலயம்' – 'Books For Children' பதிப்பகத்தின் 'அரும்பு' அரங்கத்திற்கு அழைத்துச் சென்றனர்.

அங்கு புத்தகாலயத்தின் தலைமை நிர்வாகியாக இருந்த நாகராஜன் என்பவர், பிள்ளைகளிடம் கனிவுடன் பேசி, 'என்ன வேண்டும்?' என விசாரித்தார். அவர்களது நோக்கத்தைத் தெரிந்துகொண்டு, நல்ல நல்ல சிறார் புத்தகங்களைக் காட்ட ஏற்பாடு செய்தார். பிறந்தநாள் என்றதும், அவர்கள் இருவருக்கும் ஆளுக்கு ஒரு சிறார் புத்தகத்தைப் பரிசாகவும் வழங்கினார். தேவையான புத்தகங்களைத் தேடித் தேர்வு செய்து

வாங்கிக்கொண்டு அங்கிருந்து கிளம்பினார்கள். எதிர் பரிசுகளும் தயார் ஆகிவிட்டன.

மறுநாள் மாலையில் நடைபெற இருந்த பிறந்தநாள் விழாவுக்காக, அன்றே தாத்தாவும் பாட்டியும் வந்துவிட்டார்கள். "இத்தனை வருஷமா பிறந்தநாள் அன்னிக்கு இனியன் மட்டும் வந்து ஆசி வாங்குவான். இந்த வருஷம் நீயும் வந்திட்டியா, நானே இங்க ஓடி வந்திட்டேன்" என பாசத்துடன் சொல்லிவிட்டு, இனியன் பார்த்தபோது அரை வினாடி கண் சிமிட்டினார். அதாவது அவள் பாவமாம். அவளுடன் அவன் தன்னை ஒப்பிடக்கூடாதாம்.

"ரொம்பத் தேங்க்ஸ் தாத்தா!" என்று அவரிடம் சலுகையாகச் சாய்ந்துகொண்டாள். இப்போது ஏனோ அவனுக்கு அவள் மீது முன்புபோலக் கோபம் வரவில்லை. தலைக்கனம், எடுத்தெறிந்து பேசுவது இவை மட்டும் இல்லாது இருந்தால் ஒருவேளை அவன் அவளைச் சகோதரியாக ஏற்றுக்கொண்டிருக்கக்கூடும்; சரி, அதெல்லாம் இப்போது எதற்கு என அந்தச் சிந்தனைகளைப் புறம் தள்ளினான்.

மறுநாள் மாலை ஆறு மணிக்கு நடைபெற வேண்டிய பிறந்தநாள் விழாவுக்கான ஏற்பாடுகளை எல்லோரும் கூடிச் சரிபார்த்தார்கள். புத்தாடை, விருந்து, வீடியோ, கேக், சாக்லேட், பரிசுப் புத்தகங்கள், பலூன்கள் என எல்லாமே தயார் நிலையில் இருந்தன.

"புத்தகங்களை கிஃப்ட் ராப் செய்ய பரிசுக் காகிதம் இல்லையே?" என்றாள் இனியா. அப்போது இரவு எட்டு மணி ஆகியிருந்தது. 'புத்தகங்களை அப்படியே கையில் கொடுப்பதை விட, பரிசுக் காகிதத்தில் சுற்றித் தந்தால் இன்னும் சிறப்பாக இருக்கும்தான்' என யோசித்த இனியன், "நான் கடையில போய் வாங்கிட்டு வர்றேன்" என்றான்.

"ராத்திரி ஆயிடுச்சே, தனியா போயிட்டு வர்றியா இல்ல, இனியாவையும் அனுப்பவா?" என்றார் அம்மா. அதாவது அவள் வந்தால் உனக்கு தைரியமாக இருக்குமே என்பதுபோல! "அதெல்லாம் வேணாம்மா! நான் என் சைக்கிள்ல போயிட்டு வந்திருவேன்!" என்று வீராப்பாகக் கிளம்பினான். அதனால் என்ன ஆபத்து வரும் என்று தெரிந்திருந்தால் கிளம்பியிருக்கவே மாட்டான்.

# இருட்டு

"**ரா**த்திரி நேரம் ஆயிடுச்சே!" என அம்மா தயங்கினார். இனியாவையும் கூட அனுப்ப முயன்றார். "வேணாம்மா, என் சைக்கிள்ல போயிட்டு வந்திடுவேன்" என்று சொல்லியபடி இனியன் கிளம்பினான்.

ஆனால் சைக்கிளின் பின் சக்கரம் பஞ்சர் ஆகியிருந்தது. "ச்சே!" என்று சலித்துக்கொண்டபடி கிளம்பி நடைபோட்டான். இரவாக இருந்தால் என்ன? மூன்று தெருக்கள் தள்ளி இருந்த கடை அப்படி ஒன்றும் நெடுந்தொலைவு கிடையாது. தெரு விளக்குகளின் வெளிச்சம் பிரகாசமாக இருக்கிறது. ஒன்றிரண்டு நாய்கள் இங்கொன்றும் அங்கொன்றுமாகப் படுத்துக் கிடந்தன. மற்றபடி ஒரு பிரச்சினையும் இல்லை.

மூன்று தெருக்களைக் கடந்து, கடையை அடைய சுமார் பதினைந்து நிமிடங்கள் ஆயின. ஆனால், அவன் கேட்டபடி இருபது பரிசுக் காகிதங்கள் இல்லை. வெறும் ஐந்து மட்டும்தான் இருந்தன. இன்னும் இரண்டு தெருக்கள் தள்ளி இருந்த பெரிய சூப்பர் மார்க்கெட்டில் நிச்சயம் இருக்கும். வேறு வழியின்றி நடந்தே அங்கும் சென்றான். நல்லவேளையாக, அங்கே இருபதும் கிடைத்துவிட்டது.

மகிழ்வுடன் கிளம்பி வீட்டை நோக்கி நடக்க ஆரம்பித்தவனுக்கு திக்கென்று தூக்கிவாரிப் போட்டது. சற்றுமுன் பளீரென்று எரிந்துகொண்டிருந்த தெரு விளக்குகளில் ஒன்றுகூட இப்போது எரியவில்லையே! அந்தப் பகுதி முழுதும் மின் தடை ஏற்பட்டிருந்தது. தெரு முழுதும் கிட்டத்தட்ட கும்மிருட்டுதான். 'மொபைல், பென் டார்ச் இப்படி ஒன்றையும் கொண்டு வரவில்லையே?' என இனியன் தன்னைத்தானே நொந்துகொண்டான்.

'வரும் வழியில் ஆங்காங்கே படுத்துக்கிடந்த நாய்களில் ஏதாவது ஒன்றின் வால் மீது மிதித்துவிட்டால் நம் நிலைமை?' இந்த எண்ணமே அவனுக்கு பீதியை ஏற்படுத்தியது. நடந்தால்தானே மிதிக்கும் பிரச்சினை என்று நகராமல் ஒரே

இடத்தில் நின்றான். ஐந்து அல்லது பத்து நீண்ட நிமிடங்கள் நின்றும் மின்சாரம் வருவதாக இல்லை. இன்னும் எவ்வளவு நேரம்தான் அங்கேயே நிற்பது?

மனதைத் திடப்படுத்திக்கொண்டு அடிமேல் அடிவைத்து நடக்க ஆரம்பித்தான். நாய் எதையும் மிதிக்காமல் இருப்பதற்காக, சும்மாவேனும் "ந்தா, ஓடு... ம்ம்!!!" என இல்லாத நாயை விரட்டி, ஓங்கிக் குரல் கொடுத்தபடி நடக்க ஆரம்பித்தான். இரு வெளிச்சப்பொட்டுகள் தென்பட்டன. உண்மையிலேயே வெளிச்சம் வந்ததா, இல்லை அப்படி ஏதும் பிரமையா என்றுகூடத் தெரியவில்லை. அந்த வெளிச்சப் பொட்டுகள் நாயின் இரு கண்கள் என்று தெரிந்ததும் பயத்தில் உறைந்தான்.

கிர்ர்ர் என்ற உறுமல் சத்தம், அது நிச்சயம் நாய்தான் என்று அவனுக்கு உணர்த்தியது. குரைக்கும் நாய் கடிக்காது; ஆனால் கிர்ரென்று பல்லைக்காட்டி உறுமும் நாய்?

'நாய்களை சந்திக்க நேர்ந்தால் ஓடக்கூடாது. ஓடினால் அவை நம்மைத் துரத்தும்; கல்லை எடுத்து அவற்றைத் தாக்கவும் கூடாது. அமைதியாக நின்றால் நம்மை மோப்பம் பிடித்துவிட்டு அவை விலகிச் சென்றுவிடும்' என்று அவனுக்கு நினைவுக்கு வந்தது. 'ஆனால் இந்த நடைமுறைகள் எல்லாமே சாதாரண நாய்களுக்குதான். ஒருவேளை, இது வெறிநாயாக இருந்தால்???'

இந்த எண்ணமே அவனை பயமுறுத்தியது. மற்ற எல்லாமும் மறந்து ஓட ஆரம்பித்தான். பின்னால் நாய் ஒன்று உக்கிரமாகக் குரைத்தபடியே துரத்த ஆரம்பித்தை உணர்ந்து சிட்டாக ஓடினான். ஒரு நிமிடமோ, பல நிமிடங்களோ, தெரியவில்லை. ஒரு கட்டத்தில், அதற்குமேல் ஓட முடியாமல் அவனுக்கு மேல் மூச்சு, கீழ் மூச்சு வாங்கியது.

அதே நேரத்தில், இரு சக்கர வாகனம் ஒன்றின் முகப்பு விளக்கு அவனை நோக்கி வந்துகொண்டு இருந்தது. அருகில் நெருங்கியபோதுதான் அந்த ஸ்கூட்டி, தன் அம்மாவின் வாகனம் என்று உணர்ந்தான். "அம்மா!" என்று கூவியபடி ஓடி, அந்த ஸ்கூட்டியில் தொற்றிக்கொண்டான். "நல்லவேளை, வந்தீங்கம்மா!" என்று சொல்லிக்கொண்டே உற்றுப்பார்த்தபோதுதான், ஓட்டி வந்தது அம்மா அல்ல, இனியா என்று உணர்ந்தான்.

# 14

## உண்மை

இனியனுக்கும், துரத்தி வந்த நாய்க்கும் நடுவில் ஸ்கூட்டி சரக்கென்று வந்து நின்றது. நாய் சற்றே அதிர்ந்து பின்வாங்கியது. கிடைத்த இடைவெளியில், ஸ்கூட்டியில் தொற்றிக்கொண்ட இனியன், "நல்லவேளை, வந்தீங்கம்மா!" என்று சொல்லிக்கொண்டே உற்றுப்பார்த்தபோதுதான், ஓட்டி வந்தது அம்மா அல்ல, இனியா என்று உணர்ந்தான்.

"இ... இனியா நீயா? அம்மான்னு நினைச்சேன்!" என்று சொல்லியபடி வண்டியிலிருந்து இறங்க முயன்றான். ஆனால் அந்த நாய் இன்னும் அருகில்தான் நின்றுகொண்டு அவனையே முறைத்தபடி, குரைத்தபடி நின்றிருந்தது. அதனால் ஸ்கூட்டியிலேயே வேறு வழியின்றி அவளுடன் அமர வேண்டியதாகிவிட்டது.

"ஒரு நிமிஷம் அப்படியே இரு இனியா! நல்லா மூச்சு வாங்கு. அப்படியே இந்த நாயும் திரும்பிப் போகட்டும். அப்புறமா கிளம்புவோம்" என்று சொல்லிக்கொண்டே இனியா வண்டியை ஆஃப் செய்துவிட்டாள். அவனுக்குத்தான் அவளிடம் என்ன பேசுவதென்றே தெரியவில்லை. "நீ... நீ எப்படி ஸ்கூட்டியில வந்த?" என்று மூச்சு வாங்கியபடி கேட்டான்.

"நீ கிளம்பி நேரமாயிருச்சுன்னு பெரியம்மா கவலைப்பட்டாங்க. நான் பிரதான சாலைக்குப் போக மாட்டேன்; ஆனா அங்க மதுரையில உள்ளூர் தெருக்கள்ல ஒட்டியிருக்கேன். அதான் ஸ்கூட்டியை எடுத்துக்கிட்டு ஒவ்வொரு தெருவா பாத்துக்கிட்டே வந்தேன்" என்றாள்.

சில வினாடிகள் சங்கடமான மௌனத்தில் கழிந்தன. "தேங்க்ஸ்!" என்றான் மெல்லிய குரலில்.

"நமக்குள்ள தேங்க்ஸ் எல்லாம் எதுக்கு ப்ரோ!" என்றவள், "வந்தது முதலா நான் பாத்துக்கிட்டேதான் இருக்கேன்... நீ என்னை தவிர்த்துக்கிட்டே இருக்க, பேச மாட்ற, ஏன்?" என்று கேட்டாள்.

".............."

"நீ ரொம்ப நல்லவன்னு எனக்குத் தெரியும். அப்படிப்பட்ட உனக்கு என்னைப் புடிக்கலேன்னா நான்தான் சரியில்லாதவளா இருக்கணும். அப்படி நான் என்னடா தப்பு செஞ்சேன்?" என்றாள். அவளது கண்கள் கலங்கியதை அவனால் பார்க்க முடியவில்லை என்றாலும், கைக்குட்டையால் கண்களைத் துடைத்துக்கொள்வதை வைத்துப் புரிந்துகொள்ள முடிந்தது.

"சொல்லு இனியன், ப்ளீஸ்!" என்று மீண்டும் கேட்டாள்.

அவன் பெருமூச்சு விட்டான். "இனி பேசி என்ன ஆகப்போவுது?" என்று முடிக்க முயற்சி செய்தான்.

"ஆங்! அப்படின்னா என்னவோ விஷயம் இருக்குது. நான் என்னவோ செஞ்சிருக்கேன்போல. அது என்னன்னுதான் கொஞ்சம் சொல்லேன். எம்மேல தப்பிருந்தா நிச்சயம் திருத்திக்கிறேன்..." என்று அவனிடம் கெஞ்சிக் கேட்டாள்.

அவன் ஒரு முடிவுக்கு வந்தான்; தொண்டையைச் சற்று சரிப்படுத்திக்கொண்டு பேச ஆரம்பித்தான்: "மூணு வருஷத்துக்கு முன்னால நீ இங்க வந்திருந்த, இதேபோல நம்ம பிறந்த நாளை ஒண்ணா கொண்டாடினோம்" என்று துவங்கினான்.

"ஆமா, நினைவு இருக்கு" என அவளும் ஆமோதித்தாள். இனியன் தொடர்ந்து பேச ஆரம்பித்தான்:

"நம்ம பிறந்த நாளுக்கு முதல் நாள் ராத்திரியில நீ எங்களோட விளையாடல. என்னமோ முக்கிய வேலை இருக்குன்னு சொல்லி எங்கயோ போயிட்ட. நானும் நண்பர்கள் எல்லாரும் சேந்து விளையாடிக்கிட்டு இருந்தோம். அப்ப ஒளிஞ்சிக்கலாம்னு என்னோட ரூமுக்குள்ள போனேன். அங்கே பாத்தா நீ என் ரூமில உக்காந்திருந்த. அதுவும் என்னைக் கேக்காம, என் ரூமெத் திறந்து என்னவோ தப்பு செஞ்சிக்கிட்டு இருந்த. அது உன் கண்ணைப் பாத்தாலே தெரிஞ்சிது".

அவன் சொல்வதைக் கேட்டு அவள் வியப்புடன் நம்பாத உடல்மொழியுடன் பார்த்தாள். அவன் தொடர்ந்து பேசினான்:

"அதைவிடக் கொடுமை, என் ரூமுக்குள்ள என்னை நுழைய விடாம, கண்டபடி திட்டி 'வெளிய போடா'ன்னு சொல்லி என்னை விரட்டி விட்ட. நீயும், ரூமில இருந்த இன்னொருத்தரும் என்னைப் பரிகாசம் செஞ்சி சிரிச்சீங்க."

"............"

"அன்னிக்கு முடிவு செஞ்சேன், உன் மாதிரி திமிர் பிடிச்சவகூடப் பேசக்கூடாது, பழகக் கூடாதுன்னு" என்று இனியன் சொல்லி முடித்தான். மனதில் இருந்த பாரம் சற்று குறைந்ததுபோல இருந்தது.

கேட்டுக்கொண்டிருந்த இனியா சற்று யோசித்தாள். அவளது முகத்தில் ஏதேதோ உணர்வுகள் பிரதிபலித்தன. அதைத் தொடர்ந்து கலீரென சிரித்தாள். இனியனின் முகம் கோபத்தில் சிவந்தது.

# 15

## கண்ணால் காண்பதும்

"**சா**ரி இனியன், அன்னிக்கு என்னவோ கோபத்துல அப்படிப் பேசிட்டேன்" என்பதுபோல் இனியா மன்னிப்புக் கேட்பாள். அப்படிக் கேட்டால் அவளை மன்னிப்பதா, வேண்டாமா? என்றெல்லாம் இனியன் யோசித்துக்கொண்டு இருந்தான். அவள், அவனிடம் கடுமையாக நடந்துகொண்டதை மறுக்கவில்லை. அதைவிடக் கொடுமையாக அதை நினைத்து சிரிக்க வேறு செய்கிறாள். தனக்கு நேர்ந்த அவமானம் அவளுக்கு ஒரு வேடிக்கையாக இருந்திருக்கிறதுபோல. இவளாவது திருந்துவதாவது...

இப்படியெல்லாம் நினைத்து இனியன் கோபப்பட்டான். "அந்த சம்பவத்தை நினைச்சிக்கிட்டு நீ மூணு வருஷமா இப்படிக் கோவமா இருந்திருக்கபோலயே? அன்னிக்கி நீ திடீர்னு ரூமுக்குள்ள வருவேன்னு நினைக்கவே இல்ல, அதை நினைச்சிதான் சிரிச்சேன், சாரி!" என்று ஆரம்பித்தாள் இனியா.

"..............."

"ப்ரோ, கண்ணால் காண்பதும் பொய், காதால் கேட்பதும் பொய் அப்படின்னு நீ கேள்விப்பட்டது இல்லையா? என்ன நடந்துச்சுன்னு எங்கிட்ட அப்பவே விசாரிச்சி இருக்கலாம்ல?" என்று முன்னுரை கொடுத்துவிட்டு, விஷயத்திற்கு வந்தாள். அவன் அமைதியாக அவள் என்னதான் சொல்கிறாள் என்று கேட்டுக்கொண்டு இருந்தான்.

"அன்னிக்கு, அதாவது நம்ம பிறந்த நாளுக்கு முந்தைய மாலை நேரத்துல, உங்க எல்லார் கூடவும் விளையாட வராம இருந்தேன்ல, 'ஒரு வெளி வேலை இருக்குது'ன்னுகூடச் சொன்னேனே, அது பொய். பெரியம்மாவோட ஐடியாதான் அது. உன் ரூமைத் திறந்து, யாருக்கும் தெரியாம என்னை அங்க உக்கார வெச்சதும் அவங்கதான். நீ திடீர்னு அந்த ரூமுக்குள்ள

வருவேன்னு நான் எதிர்பாக்கல. உன்னை விரட்டி அடிக்கணும்னுதான் கோபமா திட்டினேன். அங்க நீ பாக்கக் கூடாதுன்னு நான் எதை மறைச்சேன் தெரியுமா?"

"..............."

"மறுநாள் உனக்குப் பிறந்த நாள் வந்துச்சே! அந்த நிகழ்வுல உனக்குப் பரிசாக் குடுக்க ஒரு வாழ்த்து அட்டையை நானே டிசைன் செஞ்சி தயாரிச்சிக்கிட்டு இருந்தேன். திடும்னு நீ உள்ளே வருவேன்னு நான் எதிர்பாக்கவேயில்ல. அதை ஊருக்கு முன்னால நீ பாத்திட்டா சஸ்பென்ஸ் கெட்ரும்ல? அதான் விரட்டினேன். இது பெரியம்மாவுக்கும் தெரியும், அவங்களும் அந்த நேரத்துல எங்கூடத்தான் அந்த ரூமில இருந்தாங்க. நீ வேணா அவங்ககிட்டயே கேட்டுப்பாரு!" என்று சொல்லி முடித்தாள்.

இனியன் அதிர்ச்சியடைந்தான். இப்படி ஒரு திருப்பத்தை அவன் எதிர்பார்த்திருக்கவில்லை. 'பாசத்திற்கு ஏங்கும் இனியா, தன் மேல் அன்போடு செய்த ஒரு செயல், அவளை இத்தனை வருடங்களாக ஒதுக்கித்தள்ளுவதற்குக் காரணமாக அல்லவா அமைந்துவிட்டது!'

அவளைப் பற்றித் தவறான ஒரு விதை மனதில் விழுந்துவிட்டதால், அதன் பின் அவள் எது செய்தாலும் தவறாகவே அவனுக்குத் தோன்றியிருக்கிறது. வெறுப்பில் அவளோடு ஒரு நல்ல சகோதரனாகப் பழகி இருக்கவேண்டிய எத்தனை மாதங்களை, சில வருடங்களையே அல்லவா வீணடித்து இருக்கிறான். இனி அந்தக் காலம் திரும்பக் கிடைக்குமா?

# வாழ்த்து அட்டை

"**சா**ரி இனியா! என்ன நடந்துச்சுன்னு உன்கிட்ட கேக்காம நானா ஒரு முன் முடிவு எடுத்திட்டேன்" என்ற இனியன் இன்னும் திகைப்பிலிருந்து விடுபடவில்லை. இவர்கள் ஓடினால் துரத்தலாம் எனக் காத்திருந்த நாய், இவர்களின் நீண்ட உரையாடலால் பொறுமை இழந்து அங்கிருந்து சென்றுவிட்டது. ஸ்கூட்டியைக் கிளப்பிக்கொண்டு இருவரும் வீடு வந்து சேர்ந்தார்கள்.

"இன்னிக்கு என்ன நடந்துச்சு தெரியுமா!" என்று நடந்தவற்றை எல்லாம் சுருக்கமாகச் சொல்லிப் பெற்றோரை அதிர வைத்தான். அவனது நீண்ட கோபத்தின் காரணம் என்னவென்று இனியா எடுத்துச் சொல்ல, அவனது திகைப்பு, பெற்றோரையும் தொற்றிக்கொண்டது. "இப்படியா ஒருவன் மூன்று நான்கு வருடங்களாக வேற்றுமை உணர்வை மனதிற்குள் மறைத்து வைப்பான்? என்கிட்டே கேட்டு இருக்கலாம்ல?" என்று அம்மா செல்லமாகக் கோபித்துக்கொண்டார்.

மறுநாள் காலையில், வந்தனாவும் குமாரும் அபுதாபியில் இருந்து சென்னைக்குத் திரும்பி, வீடு வந்து சேர்ந்தார்கள். அவர்கள் வாங்கி வந்த வெளிநாட்டு சாக்லேட்டுகளும் பிறந்தநாள் நிகழ்வில் இடம் பிடித்தன. மாலையில் பிறந்தநாள் நிகழ்வு, மகிழ்வுடன் நடைபெற்றது. பிள்ளைகள் இருவரும் பாசமலர்களாக மாறி, கேக்கை வெட்டி, முதல் துண்டை ஒருவருக்கு ஒருவர் ஊட்டி விட்டுக்கொண்டார்கள். விசித்திரமான வகையில், 'ஹேப்பி பர்த் டே!' என்று அவன் சொல்ல, பதிலுக்கு அவள், 'தேங்க் யூ அண்ட் சேம் டு யூ' என்றதும் எல்லாரும் புன்னகைத்தார்கள்.

பிள்ளைகள் இருவருமாகக் கூடிப் பேசி ஒரு கோரிக்கை வைத்தார்கள். இனியா இன்னும் ஒரு வாரம் சென்னையிலேயே தங்க வேண்டுமாம். அவனே சுற்றிக்காட்ட வேண்டிய இடங்கள்

நிறைய இருக்கிறதாம். ஒரு வாரத்திற்கு அப்புறம், அவனும் அவளுடன் கிளம்பி மதுரை செல்லப் போகிறானாம். அவர்கள் தினமும் அலைபேசியில் பேசிக்கொள்ளப் போகிறார்களாம். பதினொன்றாம் வகுப்பிலிருந்து இருவரும் ஒன்றாக ஒரே பள்ளியிலும், அப்புறம் ஒரே கல்லூரியிலும் படிப்பார்களாம்... இப்படி ஏதேதோ!!! பெரியவர்களும் புன்னகைத்துத் தலையசைத்தார்கள்.

பிறந்தநாள் நிகழ்வு முடியும்போது, இனியா ஒரு வாழ்த்து அட்டையை அவனிடம் நீட்டினாள். "மூணு வருஷத்துக்கு முன்னாலேயே கொடுத்திருக்க வேண்டியது. நீ கோச்சிக்கிட்டுப் போயிட்ட. பெரியம்மாகிட்ட குடுத்து வெச்சிருந்தேன். ரொம்பத் தாமதமா தர்றேன்" என்று சொல்லி அவனிடம் நீட்டினாள். வாங்கிப் பிரித்துப் பார்த்தான்.

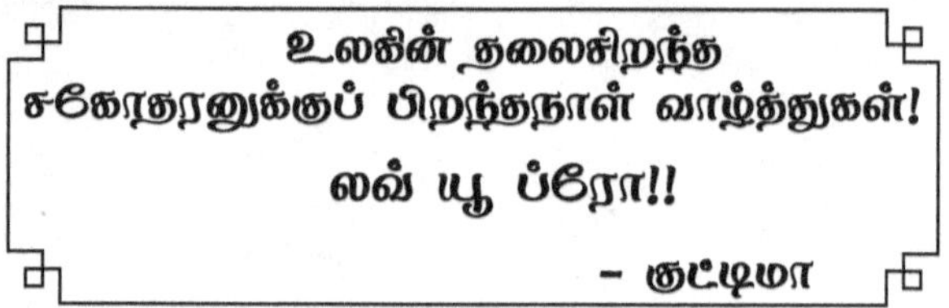


என்று எழுதப்பட்டு இருந்தது.

இனியன் நெகிழ்ச்சியாக உணர்ந்தான். புன்னகையுடன் இனியாவின் கையைக் குலுக்கி, 'தேங்க் யூ... குட்டிம்மா!' என்று சொல்லிக் கண்சிமிட்டினான்.

9 788819 735682 7